வாழ்க்கையின் வலிகள்

கா. காமேஷ்வரன்

யாப்பு பப்ளிகேஷன்

YAAPPU   PUBLICATION

(Affiliate by Aelay Publish)

Copyright © கா. காமேஷ்வரன்

வாழ்க்கையின் வலிகள்

ISBN: 978-93-91423-65-0

First Edition: 2021

Typesetting By A.Siva Prakash

Proof Reading by Renuga devi

Cover Design by Anitha Dinesh

வாழ்க்கையின் வலிகள்

வாழ்க்கையில ஏற்பட்ட வலிகளை பற்றி இத்தொகுப்பில்
காணலாம் எடுத்துக்காட்டாக:

உங்கள் உயிர் நண்பரின் பிரிவு, நாம் நம்பியவர்கள்
நமக்கு தந்த வலி, முயற்சியால் தோல்வி அடைந்தத வலி,
மனதுக்கு பிடித்தவரின் மரனம்.

இறுதியில் வலிகள் இல்லா வாழ்க்கை இல்லை, அப்படி
நாம் கடந்து வந்த கண்ணீர்த் துளிகளை சங்கமிக்கும்
தொகுப்பே வாழ்க்கையின் வலிகள்

தொகுப்பாளர்

தொகுப்பாளரின் பெயர் கா காமேஷ்வரன். இவர் ஆதிபராசக்தி கலை மற்றும் அறிவியல் கல்லூரியில் முதுகலை கணிதம் படித்து வருகிறார் இவர் இணை எழுத்தாளனாக முப்பதுக்கும் மேற்பட்ட புத்தகத்தில் எழுதியுள்ளார். பின், இது இவரது முதல் தொகுப்பு புத்தகமாகும். கவிதை, கதை எழுதுவதில் ஆர்வமுடையவர். இவரது படவரி முகவரியின் பெயர் @ipadiku_naan. அன்பை பரப்புங்கள். வாழ்க்கையில என்ன நடந்தாலும் சரி அதான் வாழ்க்கையின் நினைச்சிட்டு போய்கிட்டே இருங்க...

சுடும் நிஜம்

எல்லாம் எனக்கு என்று

நினைத்து போன நாட்களை விட

எதுவும் எனக்கில்லை என்று

நினைத்த நாட்களே அதிகம்

ஏனென்றால்..?

நரக வாழ்க்கை கூட

நிம்மதியாக இருக்கும் போல

ஆனால் ஏனோ என் வாழ்க்கை மட்டும்

சந்தோஷம் என்ற வாசனை

என் மூக்கின் நுனி வருவதற்குள்

சோகம் நிறைந்து விடுகிறது

தூக்கம் கூட கண் முன்னே வந்தாலும்

தூங்குவதற்கு கூட

ஏனோ நிம்மதி இல்லை

அமைதி நிறைந்த நாட்கள் வருமா

என்று நினைத்த அடுத்த நொடியே

சத்தம் சடுகுடு என்று

ஓடி வந்து விடுகிறது

நிலையான வாழ்க்கை எப்போது வருமோ

இன்றா...? இப்போவா..?

இல்லை நாளையா..?

இந்த நொடி வந்தால் கூட

நன்றாக தான் இருக்குமே

நான் நலமாக இருப்பேனே

ஆகையால்,

நிஜமான வாழ்க்கை வருமா

நிம்மதியான வாழ்க்கையை தருமா..?

கா காமேஷ்வரன்

இணை எழுத்தாளர்கள்

1. அனிஷ். வீ
2. ஆ. சிவரஞ்சனி ரமேஷ்d
3. இளையோன் முத்து
4. உடுமலை பார்த்திபன்
5. க. கலையரசி
6. கவிச்சுடர் மதிவதனி
7. கவிஞர் கோகுல் காளியப்பன்
8. கவுசல்யா. S
9. கிருத்திகா. ரா
10. கௌசிகா திருமூர்த்தி
11. சோ. சுகிஷர்மி
12. த. தமிழ்ச்சுடர்
13. தமிழணங்கன் மு. மகாலிங்கன்
14. தாமோதரன்
15. பா. அனுஷாயினி
16. பாலசந்தர்
17. பி. தீபாவதி
18. மல்லி
19. மா. சிவக்குமார்
20. மாதவன் கவிச்சிதறல்
21. மு. கோவர்தினிவளவன்
22. மு. வள்ளி முத்துமாலை
23. ரூபிணி சோமசுந்தரம்
24. வான்மதி நிலா

25. வீ. புஷ்பராஜ்

26. ஜெயஸ்ரீ சுப்ரமணியன்

27. ஷாலினி .ஷா

28. ஸ்ரீதர் .ரா

29. ஸ்ரீராம் பிரசாத் .து

30. A. Arul Kingsly Robert

31. Abirami. M

32. Amitha Jeeva Shiyabin

33. Aruna Thanaseharan

34. Bharathkannan, B

35. Breshma Murugan

36. Boomika. M

37. C. Anushiya

38. Dhayaalini Gunasaigaran

39. E. Gayathri

40. Elakiya Elango

41. Firthosh Fathima

42. Ganapathy Raman.G.V

43. Geetharaj

44. Husna Naleem

45. Jasim Saharana Thabeaa

46. Jeya Lakshmi Ragothaman

47. Joe Herbet

48. K. Yugadharshini

49. K. Sri Vishnu

50. K.S. Ramakrishnan

51. Kasi Subhashini. P

52. Laxmi Arumugam

53. M. Poornima Maharajan

54. Mohan CP

55. Murugan S

56. Muthu Kumaran J

57. Malaiyarasi. M

58. Ms. Kiruthika Muthusamy

59. M. Sowntharya

60. Nandhini Anguraj

61. Nandhini Saminathan

62. P. Thilagavathi

63. Priyadharshini T

64. P. Devi

65. Post DR M. Iyyappan

66. Ram Prakesh D

67. saransri

68. Sivasakthi

69. Shamini. K

70. S. Pavithra

71. Sathish Pandi P

72. S.F. Azza Fameedha

73. S.R. kavi Kutty

74. Thamaraiselvan

75. T. Sindhu Kavi

வேலை தந்த வலிகள்

காலை தான் விடிகிறது எனக்கொரு விடியல் காணாமல்
போகிறது

பெற்ற மனம் கூட வெறுக்கிறது ஊர் கூட கேலியாக
சிரிக்கிறது

நட்பு தேடி போனேன் பணமில்லை

என்று என்னை நீங்கி செல்கிறது

கடவுளை பார்க்கவும் காசு வேண்டுமாம்

இக்காலத்தில் காசு கிடைக்க வேலை இல்லாமல் போனதே

இந்த நாட்டில் வாழ்க்கையின் ஒரு பகுதி வேலை என்றால்

அது கிடைக்காமல் வாழ்க்கையை முடிப்பதென்ன

இயற்கையின் சதியா அல்ல எங்கள் பிறப்பின் விதியா

வேலை தேடி வாழும் வாழ்க்கையில்

நாங்கள் சுவாசிப்பது வலிகளை மட்டுமே.....

- அனிஷ். வீ

மாற்றமே மருந்து

கற்பனையாய் கவிப்புனைய தேவையில்லை

கண்ணில் காணும் வலிகள்தான்

எத்தனை எத்தனை சிறுபிஞ்சு கையேந்தும்

சாலையோரமாய் ஒருசாண்

வயிற்றின் உண்டிக்காகவே?

தெவிட்டாத கனியாம் படிப்பறிவை

எட்டாக்கனியாக்கி வீதியில் உழைக்க

விட்ட சிறார்களை காண்கையிலே?

தள்ளாத வயதிலும் தனியாத தன்மானத்தோடு

உழைக்கும் முதிய கரங்களை பார்க்கையிலே?

ஒற்றைக் குடிசை இன்றி நடைபாதையே

படுக்கையாய் போன அவலங்கள் ஆங்காங்கே?

ஏதோ இருவர் ஆனந்தத்தில்

ஏனோ பிஞ்சுகள் அரசுத் தொட்டில்களில் நிறைகையிலே?

உணவின் உறைவிடமாம்

விளைநிலங்கள் மனைநிலங்களாய் மாறிப்போகையிலே?

அறிவைத் தூண்டும் சரியான திரியின்றி

மழலைகள் சிதைந்து சீர்திருத்தப்பள்ளிகளே

இல்லங்கள் ஆகையிலே?

உருமாறி உருமாறி எண்ணிலடங்கா வலிகள்

உலவும் இந்த சமூகத்தில் ஆறறிவு இருந்தும்

மூடராய் இனி எதற்கு வலிகள் நீக்கும்

வழிகள் நமக்குள்ளே மாற்றம் காண

முயலு மானிடமே!

-ஆ.சிவரஞ்சனி ரமேஷ்

மடந்தை

அடிவயிறு கனத்தது வலி தாங்க முடியாமல்

அம்மா என உறக்க கத்திக்கொண்டே அமர்ந்தாள்

தாய் ஓடி வந்தாள் முதல்முறையாக தான் மகளின் கண்ணீர்

கண்டு புன்னகைத்தாள் அலைபேசியை எடுத்து

அண்ணனுக்கு அழைத்தாள் உன் மருமக பெரிய மனுஷி

ஆகிட்டானு வலியிலும் விழி பிதுங்கி யோசித்தால்

அச்சிறுமி உறவுகள் வந்தது சீர் வரிசை கொடுத்தது பத்து

வகை பலகாரங்களை பக்குவமாய் கொடுத்தாள் அத்தை

மழலை மாறா முகத்துடன் விளையாடினாள் மகள் அதைப்

பார்த்த தாயும் பதரினால் பிஞ்சையே பிய்த்து போடும்

உலகம் இவள் என்ன செய்வாளோ என

-இளையோன் முத்து

சிதையாத நெஞ்சு கொள்!

ஓட்டைகளால் வேயப்பட்ட ஓட்டு வீட்டிற்குள்,

ஒய்யாரமாய் நுழைந்து மழை சொன்னது சிதையாத நெஞ்சு

கொள்! சாக்கடை தீர்த்தங்கரையின் தார்ப்பாய்

மாளிகைக்குள், நறுக்கென்று கடித்து கொசுக்கள் சொன்னது

சிதையாத நெஞ்சு கொள்! குளுகுளு தென்றல் வீசும்

காங்கிரீட் கட்டிடத்துக்குள், எட்டிப் பார்த்து இளிக்கும்

இஜ சொன்னது.எம். சிதையாத நெஞ்சு கொள்! குடி

தண்ணீருக்கான வரிசையில் கிட்டத்தட்ட கடைசியில், காலிக்

குடம் ஒன்று கேலியாய் சொன்னது சிதையாத நெஞ்சு

கொள்! முழுமையாய் குளிப்பதற்குள் முழுவதும்

கரைந்து போகும் சோப்புத் துணுக்குகள்,

முடிந்தவரை நுரைத்துச் சொன்னது

சிதையாத நெஞ்சு கொள்! ஆண்டு முழுக்கக் கிழித்தாலும்

அறை சுவற்றில் நாட்காட்டி அனுதினமும் அழகாய்

சொன்னது சிதையாத நெஞ்சு கொள்!

நிமிடத்திற்கு ஒருமுறை நித்தம் நித்தம் தோற்றாலும்,

நிற்காத மணி முள் நிச்சயமாய் சொன்னது

சிதையாத நெஞ்சு கொள்!

முன்னதாக வந்தாலும் முந்திக் கொண்டு சென்றுவிடும்,

கடைசி நேர பேருந்து கரகரத்துச் சொன்னது

சிதையாத நெஞ்சு கொள்!

பசியால் மயங்கும் போது தண்ணீர்த் தெளிக்கும்

தோழரின் தொப்பை, என்மேல் இடித்துச் சொன்னது

சிதையாத நெஞ்சு கொள்! தர்மமிட எண்ணி வெற்றுப்

பையைத் திறந்தேன், தட்டின் சில்லறைகள்

சிரித்துக்கொண்டே சொன்னது சிதையாத நெஞ்சு கொள்!

- உடுமலை பார்த்திபன்..

வாழ்க்கை பல வலிகளுடன்

பசியோடு உணவின்றி இருந்த நாட்கள் .

தனிமையோடு போராடிய இரவுகள் ..

தூக்கத்தை தொலைத்த தருணங்கள் ...

மனிதர்கள் கற்றுக்கொடுத்த பாடங்கள்..

விழுந்த பின் தான் உணர்ந்தன இலைகள் ...

"தாங்கள் விழுவதே தாய் வளர உரமாகத்தான் "

என்று உணரா நாட்களும் உண்டு ..

பணமில்லாத வாழ்க்கை போலியான சந்தோசம் என

ஓடிக்கொன்டே இருக்கிறது பல புலம்பல்களுடன்

வலிகள் நிறைந்த வாழ்க்கை ..

 க. கலையரசி

வாழ்க்கையில் வலிகூட சுகமே..

முதல் வலியின் நினைவுச்சுவடு முரண்பாட்டில்தான்! ஏற்றத்

தாழ்வென்றும் இன வேறுபாடென்றும்.... கல்விக் கூடத்தில்
கீறிச்சென்ற வலியின் வடுக்கள்! பெண்பிள்ளை
வளர்ப்பினிலே பேதமையை திணித்ததிலே!

பலத்தையும் பலவீனப்படுத்திய புண்பட்ட வார்த்தைகளிலே!

மதி நிறைந்த மாதர்களை மடமைகளாய் நினைத்ததிலே!

ஆணவத்தில் அடக்கி வைத்து அழவைத்த தருணங்களில்!

உயரப் பறக்கவும் துயரம் கலைக்கவும்.... பட்ட ரணங்கள்

வடுக்களைத் தாண்டிய வலிகள்! வீழ்ந்தபோது ஏளனமும்
வாழும்போது வயிற்றெரிச்சலும்.... பார்த்து சலித்த மனதில்
பண்பட்ட வலிகள்! வெற்றிக்கு வலிதான் வழியென்றால
வலிகூட சுகமே!　　　　　　　　　-கவிச்சுடர் மதிவதனி

　　　　　　　　　　　　　　கோயம்புத்தூர்

எழுதி வையுங்கள்

என்ன வாழ்க்கடா இது

இன்னும் எத்தனை எத்தனை புலம்பல்!

எழுதி வையுங்கள் உங்கள் இப்படியான

சிந்தனைகளை எழுதி வையுங்கள்!

நிச்சயம் பிற்காலத்தில் உங்கள் சிரிப்புக்கும்

சிறப்புக்கும் மீப்பெரும் காரணமாக

அமையப்போவன இவையே!!!!

வலிகளை சொன்ன வார்த்தைகளால் தான் நல்

வழி பிறந்தது உணர்வாய்! வலியும் வழியும் கலவை

புரிந்தால் தகர்தெறி உன் கவலையை...

- கவிஞர் கோகுல் காளியப்பன்

என் வாழ்வின் வலிகள்

எவரிடமும் ஆறுதல்

நாட விரும்புவதில்லை

ஏன் கண்ணீர் துடைத்திட

என் கரத்தையே கேட்கிறேன்

யாருமில்லை பாதையில்

வெகு தூரம் பயணிக்க முயலுகிறேன்

அன்பு எனும் அரக்கனை

அடியோடு அழிக்க நினைக்கிறேன்

எவர்க்கும் பாரமில்லாமல்

வாழ பழகிக் கொள்கிறேன்

மொத்தத்தில் தனிமையை

நாடுகின்றேன் நீயாவது

தஞ்சமென வந்த என்னை

தாங்கிக் கொள்வாய் என்று

-கவுசல்யா. S

உணர்ந்து கொள்..!

உன்னை உணர்வதற்குள் !.எத்தனை காயங்கள்..

எத்தனை போராட்டங்கள்!. எத்தனை மிதியடிகள்!.

பல கேள்விகளுக்கு விடை தெரியாமலே ..

வாழ்க்கையின் விளிம்பில் பலர்!!..

விதியின் மடியில் விளையாட்டு பொம்மைகளாய் நாம்!!..

கண்களால் கண்டுணர்ந்த மெய்கள் ..

பொய்யாகிப் போனபொழுது.. சில்லுகளானது இதயம்!!..

வாழ்க்கையின் புரியாத புதிர்களை தேடித் தேடி..

வலியை உணர்வதை விட ..

அறிந்த வலியோடு போராடுவதை விட ..

வாழ்க்கையின் நிகழ் நிலையை உணர்வதே மேல்!!

கிருத்திகா. ரா

வலியுரைக்கும் வாழ்வு

யார் உணர பிதற்றுகிறேன் நான்..??

பிறர் சிரிப்பினில் மகிழ்ந்த என்னை..

சிரிக்க மறந்த கல்லாக்கியதன் பெருமை

உனையேச் சேரும் அற்புத வாழ்வே!!..

உண்மைகளைத் தேடிடும் கவிஞனின்

காலம் வீணே கரைவதேனோ..??

பொய்யுரைக்கும் உறவிடம்

மெய் தேடும் கூத்தாடி நான்!!.. உண்மையற்ற
மானுடர்களிடையே நடமாடிடும் உயிருள்ள பிணம் நான்!!..

என்னிலை உரைக்க கிறுக்கிறேன் வரிகளை!!..

வரிகளும் வடிக்கிறது கண்ணீரை!!.. என் வலி போக்க!!...

கௌசிகா திருமூர்த்தி

நான் கடந்த வலிகள்(ழி)

பெண் என்றாலே வலிகளோடு

போராடி வாழ்வது தான் என்று

வரையறுத்த மானுடமே...

வலி தந்த உங்களின் சதிக்கு

அனுபவித்த எங்களின் நீதி

நிச்சயம் ஓர்நாள் கருவறுக்கும்!!!

இளைமையில் வறுமை வறுமையிலும் நேர்மை

வாக்கினிலே உண்மை என வலிகளால் புடம் போட்டு

வாழும் எங்களின் வாழ்வை தகர்த்திட

யாருக்கும் இங்கு இடமில்லை!!!

-சுகிஷர்மி

கரையும் வலிகள்.

நாளை உன்னிடம் இல்லை கவலைகள் காட்சி பொருளாய்

காலம் மாறுமா கவலைகள் தீருமா

ஏக்கங்கள் ஓடும் ஏகாந்தம் கூடும்

என்ற உணர்வோட்டம் எதிர்நோக்க

வெற்றியின் விளிம்பு தோல்விகளாய்

உருவெடுக்க எரிமலையாய் கசந்த நினைவுகள்

வலியற்று அசைபோட அது

சிறுமையின் வெளிப்பாடோ பணிந்து போகா

குணம் துணிந்து செல்லும் வழிகளில்

உயிர்வலிகள் மாயமானதை தேடிய மனது

_தமிழ்ச்சுடர்

இப்போதுதான்

இப்போதுதான் அவளோடு விளையாடத் தோன்றுகிறது

என்ன செய்வது அவள் பூப்பெய்திவிட்டாள் இப்போதுதான்

அவளை காதலிக்கத் தோன்றுகிறது என்ன செய்வது

அவள் யாரையோ காதலிக்கின்றாள் இப்போதுதான்

அவளை திருமணம் செய்துகொள்ளத் தோன்றுகிறது என்ன

செய்வது அவள் வேறு யாரையோ மணந்துவிட்டாள்

இப்போதுதான் எல்லாவற்றையும் மறந்து நண்பனாகிவிடத்

தோன்றுகிறது என்ன செய்வது அவள் தற்கொலை

செய்துகொண்டாள்

-தமிழணங்கன் மூமகாலிங்கன் .

படைத்தவளில்லா பயணம்

ஏகாந்தமே உன்னுள் ஏன் காந்தமோ

இரும்பு மனதையும் ஈர்க்கின்றாய்

ஏன் மாற்றமோ என்னுள் ஏமாற்றமோ

தனிமை துணையென அழைக்கின்றாய்

விதை இட்டதால் விரல் சொந்தமோ

நிழல் தந்தும்நீ நகர்கின்றாய் உயிர்வளி

உன் உடலும் உரியுமோ உறையும் உயிர்வலி தருகின்றாய்

அகண்ட வெளியிலே அன்பு பஞ்சமோ

உருண்டை பந்திலே விட்டுச்செல்கிறாய்

உளி தாக்கவே சிலை வடியுமோ வாழ்க்கை வலியைநீ
காட்டுகிறாய்

-தாமோதன்

வீழ்வதும் வாழ்வதற்கே

முழுமையடையா முயற்சிகளே

வாழ்வின் முதல் தோல்வி.

சிகரங்கள் தொட எண்ணினேன் சறுக்க

மறுத்து தயங்கி, ஒரே குழிக்குள் சிக்குண்டேன்

. எண்ணிலடங்கா கனவுகள் என்னுள் உண்டு

விடிவதற்குள் மறக்கும் நோயும் எனக்குண்டு

. தோல்வியை சந்தித்து தூற்றுகளை பெற பயந்து,

முயற்சிக்க கூட கைவிட்டேன்.

நினைத்தவைகள் அனைத்தும் பிழைத்தன,

நிகழ்த்தவைகள் அனைத்தும் என் முகத்தை உவர்ப்பாகின.

விதியின் விளையாட்டு என விலகி செல்ல விருப்பம்
இல்லை,

தளர்ந்து விழுவதும் எழுந்துமுயல்வது மைதானத்தில்
அழகுதானே.

பா. அனுஷாயினி

"கான் வாழ்க்கை"

கானல் நீர் எனத்தான்; என் கனவே மாறியதே!

அடர்ந்த கான் அதில்தான்; வளர்ந்த மான் எனநான்!

வலிதனிலே அச்சம் கொண்டு; இலக்கில்லா திசைகள் கண்டு;

காணும் இடமெல்லாம் வலியென,

மனம் இல்லாமல் ஓடுகிறேனே.!

ஓடுகையில் கற்பிக்கிறானே; வலியெனும் ஆசான்!

கல்லெறிகிறானே; அவமானம் எனும் ஆசான்!

ஓடி முடிக்கையில், கூச்சொலி கேட்டது!

"பாதிவரை துணையானமே மீதியில் நலமா?!"

என வெற்றிச் சிரிப்புடன்; இரு ஆசான்கள்.!

-பாலசந்தர்

பேசா ஓவியம்

சில நேரங்களில் ஊமையாகி விடுகின்றோம்

உறவுகளின் முன் அட போங்கடா!

எனலாம் இருந்தும் உறவுகள் வேண்டுமே

என்றுதான் செல்கின்றோம் மனதில்

எத்தனை இருந்தும் அத்தனையும் பொய்யாக

மறைத்து சிரித்து நிற்கின்றோம் இருந்தும்

மிஞ்சுவது அவமானமே

மனதில் சோகங்கள் ஆயிரம் இருந்தும்

அத்தனையும் மறந்து மதித்து

வேண்டுமென்றுதான் படியேறுகின்றோம்

மிஞ்சுவது பழி மட்டுமே

சில நேரங்களில் உண்மையை கூறி

உறவை முறிப்பதை விட

ஊமையாகி நின்று உறவை நீட்டிக்கலாம்

நானும் பேசா ஓவியம்

வாயிருந்தும் உண்மையை கூற இயலாமல் நின்றேன்

உறவுகளின் நெருக்கத்தால் மனதில்

கோபங்கள் இருந்தும் வெளியே குமுற இயலவில்லை

பெற்றோரின் நிலையை எண்ணி

உண்மையை சொல்லிவிடலாம் என்றால்

அதற்கும் தைரியமில்லை காரணம்

நீண்ட நாட்களுக்கு பிறகு கிடைத்த

உறவுகளின் வருகை கடைசி காலம் வரை

உறவுகள் தழைக்க வேண்டுமே என்று

சில உறவுகளை பகைத்தும்

சில உறவுகள் கிடைத்தும் ஊமையாகி நிற்கின்றேன்!

-பீ.தீபாவதி

காட்சி பிழை

கதவு இடுக்கில் வால் அருப்பட்ட பல்லியாய் பசு ஆண்

கன்றை ஈன்றதனால் பறித்து செல்வதைக் கண்டால்

கொட்டும் மழையில் ஒதுங்க இடமில்லாது நனைந்து

பசியில் சிரமப்படும் நாய்கள் வாசலுக்குள் நுழையவிடாமல்

துரத்தும் கல்செஞ்சகாரர்களை கண்டால் கருக்கலில்

உணவுக்காக தன் குஞ்சுகளை விட்டுவிட்டு அந்தியில் வந்து

பார்க்கையில் வெட்டிய மரத்தில் கூட்டை காணாத

பறவையின் வேதனையை கண்டால் பல்உயிர் வாழும்

காட்டை அழித்து நாடாக்கி அம்மிருகங்களின்

வாழ்வாதரத்தை குலைத்த கொலைக்காரர்களை கண்டால்

வாழ்க்கையில் நம் வலி ஒன்றும் பெரிதல்லவே!

மல்லி

வலிகளும் வேதனைகளும்

சமுதாயம் எனும் கூட்டிற்குள் சாதிகள் எனும் வண்டு வந்ததோ

சுதந்திரமாக ஒன்று கூடி வாழ நினைத்தேனே!

ஒதுக்குகிறார்கள் ஒடுக்கப்பட்டவர்களை

ஒதுங்கி நிற்கிறேன் மனவேதனையுடன்

அனுதினமும் அனுபவிக்கிறேன் வலிகளையும்
வேதனைகளையும் சாதிகளற்ற சமுதாயத்தில் இனவெறிக்கு
எதிராக மதங்களுக்கு துணையாக மனிதனாக

மனிதாபிமானத்தோடு வாழ நினைக்கிறேன்.

மாறுமோ என் நாடு மாற்றம் அடையுமோ

என் சமுதாயம் மனிதனாக பிறந்து மனிதாபிமானத்தோடு

வாழ நித்தமும் நினைக்கிறேன்.

மாசிவக்குமார். நாமக்கல்

எனக்குள்ளே ஓர் உதயம்

பள்ளம் மேடு இல்லா பயணமும் இல்லை,

கள்ளம் கபடம் இல்லா கண்ணியமும் இல்லை...

தேடி திரியும் வாழ்க்கையிலே,

வானவில் போல பல வர்ணம் கூட வேண்டாம்,

இருட்டை போல இருளாய்

இல்லாதிருந்தாலே போதும்,

காணும் கணமெங்கும் வலிகள் நிறைந்து போனால்

எப்படி தாங்கும் எனது இதயம்?

எப்போதாவது மீண்டுவிடுவோம் வலிகளிடத்திலிருந்து

என்று எனக்குள்ளே ஓர் உதயம்!..

- மாதவன் கவிச்சிதறல்

ஒரு நாள் மாறும்..!

வாழ்க்கை என்பது வலிநிறைந்த கானகமே

அத்தனை எளிதாய் கடக்கத்தான் முடியுமோ

கூர்மையான ஆயுதமாய் வார்த்தைகள் தாக்கிடுமே

வலிக்கொண்ட உள்ளமது காயத்தால் மருகிடுமே!!!...

விதியோ,சதியோ எல்லாமே ஏமாற்றமாய்

நடப்பவைகள் மாயை என்னும் தோற்றமாய்

கண்ட வலிகளுக்கு மருந்தும் கிடைக்குமோ நல்விடியல்
வாழ்விலே நாளும் வந்திடுமோ!!..

தோல்வித் தந்த வலிகள் ரணமாக துரோகத்தின் இழப்பு
மனதின் கணமாக தன்னம்பிக்கை மட்டுமே நெஞ்சின் உரமாக
நிச்சயம் ஓர் நாள் மாறும் நலமாக!!!...

மு.கோவர்தினிவளவன்

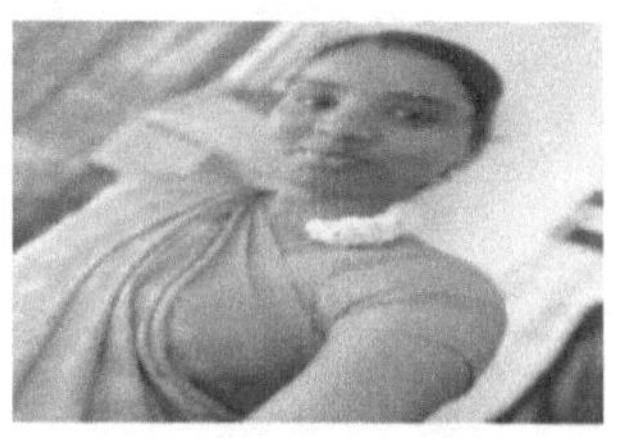

வெளிநாட்டு வாழ்க்கை

என் ஊரும் இல்லை உறவும் இல்லை

காசு பணம் வேணும்னு கடல் கடந்து வந்துருக்கேன்

புரியாத மொழியை புரிந்துக்கொள்ள பார்க்கிறேன்

அம்மாவின் கைமணம் இங்கு வந்து தேடுகிறேன்

வீட்டிலிருந்து அழைப்பு வந்தால் நலம் என்று சிரிக்கிறேன்

பெற்றப் பிள்ளைகளுக்கு அன்பையும் பாசத்தையும்

அலைபேசியில் கொடுக்கிறேன் ஊருல இருந்தா கூப்பிட
வேலைக்கு போயிருப்பேன்

கஞ்சி தண்ணியக் குடிச்சிட்டு கட்டாந்தரையிலப்
படுத்துருப்பேன் வெளிநாட்டுக்காரன் என்றப் பெயர்
உருக்குள்ளே மெழுகாய் உருகி கனவிலும் காணொளியிலும்

கரைகிறது என்னுடைய வலி நிறைந்த இந்த வாழ்க்கை...

மு. வள்ளிமுத்துமாலை

சில நேரங்களில்.,

சில நேரங்களில், மறந்துவிட்டதாய் எண்ணி,

கடந்துவிட்ட நிகழ்வுகள்தான்.. கணம்கணம் காரிருளாய்..

கவிக்கெட்டா கதறல்களாய்.., விதிர்த்து வழிகின்றன.,

கரைதொடா கானல்களாய்!.. தலையணை நனைக்கும்

தாலாட்டாய் கண்ணீர்த் துளிகள்!..

வாழ்க்கையில் வலிகள் வருகிறதாம்..,

இங்கு வலிகளில் வாழ்க்கை ஓடுகிறது,

பழகிக் கொள்வோம்!..

-ரூபிணி சோமசுந்தரம்

நான் என்பது உரிமையா தன்மையா?

பலரின் பார்வைக்கு இரையான என் உடலே,

பல்வேறு கேள்விகளுக்கு உள்ளான என் உடையே,

நீ யாருக்குச் சொந்தம் உறவுகளின் சுகத்தை

சுமந்து நிற்கும் மனமே; துரோகத்தின் நினைவிலே

மூழ்கிப்போன என் மூளையே,

நீ யாருக்குச் சொந்தம் வஞ்சிக்கப்பட்டு வாடிய போது

கன்னத்தில் வடிந்த கண்ணீரே,

நீ யாருக்குச் சொந்தம் நொடிப்பொழுதும் கூட எனக்கு
சொந்தமல்லவோ; இம்மண்ணின் ஓர் உயிருக்கும் நான்
சொந்தமல்லவோ! நான் என்பதே பொய்யாகிப் போனதோ!

இந்த கன்னியின் வாழ்க்கை பொதுவுடைமை ஆனதோ!

- வான்மதி நிலா

வலி..!

வலியில்லாத வாழ்க்கையில்லை

சுமைகளை சுமக்காத மனங்கள் இல்லை

பசியின் வலி கொடியது

உணர்வும் உயிரும் இல்லாத

சிலைகளுக்கு விதவிதமாக படைக்கும் மனிதா !

பசி என்று கையேந்துவோருக்கு

உணவிட மறுப்பதேனோ

சீருடை இல்லை என்பதாலா இல்லை

சீர்கெட்டு பைத்தியம்மானதனாலா !

காதலின் வலி சொன்னாலும்

புரியாது படித்தாலும்

விளங்காது கண்டும் காணாமல் வருவது பல

எதிர்பாராத சூழ்நிலைகளில் பிரிவது

உள்ளத்தால் அழுவது நெஞ்சில்

பசுமரத்தாணி போல் பதிவது

வாழும் வாழ்க்கையை வெறுப்பது

முடிவில் தன் உயிரை மாய்த்துகொள்வது

வலி என்றும் தெரிந்தும்

பத்துமாதம் கருவை சுமக்கும்

பெண் தாயாவதே சுகமானவலி

வீ. புஷ்பராஜ்

என் சுதந்திரம்

தியாகிகள் பலர் பல முகங்களை அறிந்து,

வேறுபட்ட முகத்திரைகளை கிழித்து,

வாளிட்டு போரிட்டு மண்டியிட்டு,

அள்ளித்தந்த சுதந்திரம்....

ஆண் இனத்திற்கு மட்டுமே என்று

அன்றே அறிந்திருந்தால் கண் இமை மயிரையும்

வீணடித்து இருக்க மாட்டார்கள்...

பெண்ணினத்தை துச்சமாய் என்னும்

மானுடர் மத்தியில் ஒவ்வொரு வெற்றியையும்

போராடி தக்கவைப்பாள்

ஜெயஸ்ரீ சுப்ரமணியன்

தாய்

நான் வலித்தந்தேன் நீ உயிர்த்தந்தாய் நான் அழுதேன்
புன்னகை பூத்தாய்! பசியில் துடித்தேன் அமுதம் தந்தாய்

இரவெல்லாம் சிணுங்கினேன் தூக்கம் துளைத்தாய்!

நான் தவழ்ந்தேன் மகிழ்ச்சியில் அழுதாய்

எழுந்து நின்றேன் முத்துச்சிரிப்புகள் தெறித்தாய்!

அம்மா என்றேன் அன்பில் மிதந்தாய்

மழலையில் பேசினேன் பேச்சில் கரைந்தாய்! நிலவை காட்டி
அன்னம் அழித்தாய் நிலவிடம் செல்கிறேன்
என்றுச்சொல்லாமல் சென்றாய்! தூக்கத்தில் விழித்தேன்
விழியிலிருந்து மறைந்தாய்

தூக்கம் துழைத்தேன் வலியை உணரச்செய் – தாய்!

ஷாலினி ஷி .

காதல் காயமே

காதலே காயமே என்னை விட்டு எங்கே போனாய்

காலமே காதலே என்னை என்ன செய்ய போறாய்

ஏமாற்றம் நடுவில் இங்கு

ஏமாந்த மடந்தை ஒன்று

எங்கே செல்ல போகுதோ

காதல் என்ன பொருளா இங்கு

களவாடும் திருடா நீயும்

கண்கள் கசிவது ஏன்

உலவாடும் மனமும் இது உதிராக்கிய செயலும் ஏன்

நெஞ்சம் உலுக்கியதேன் நீ என்னை பிரிந்தால்

என்ன நீராடும் நீரை போல மாற முயலுமே மனம்.

ஸ்ரீதர் ரா

சாதியும் கல்வியும்

வலிகள் நிறைந்த இவ்வாழ்க்கையில் வரைமுறையின்றி
பாதிக்கப்பட்டது எம் சமூகம் மட்டுமே உண்ணும்
உணவையும்,

இருக்கும் இடத்தையும், போகும் பாதையும், நான் வணங்கும்
தெய்வத்திடம் இருந்து கூட என்னை விரட்டி அடித்தாய்
இத்தனையும் செய்த பின்னால் கூட அங்கு இருந்து விலகி
நான் மேலோங்கி செல்லும் போது

என் மீதும் சாதி என்னும் கற்களை கொண்டு

என்னை தாக்கினாய் இருந்தும் நான் அங்கு இருந்து
விழவில்லை கல்வி எனும் பல்லக்கு என்னை தாங்கி
நிற்கிறது முடிந்தால் அதை தகர்த்து பார்

உன் தலை மட்டும் அல்ல உன் தலை கணமும் தகர்ந்து
போகும்

-ஸ்ரீ ராம் பிரசாத் து .

வலிகளுக்கு பிடித்த ஒருவன்

வலிகளுக்கு பிடித்த ஒருவன்..

என் மனதின் வலிகளுக்கு

எழுத்துக்களாக உயிர் கொடுத்தேன்

வெற்றுக் காகிதத்தில் சிறிது நேரம் சுமக்கட்டும் என்று...

என்ன செய்வது அது வெறும் காகிதம் தானே..

மனதின் பாரம் தாங்காமல்

உயிர் பெற்ற எழுத்துக்களும்

தற்கொலை செய்து கொண்டது

கண்ணீரின் வெள்ளப் பெருக்கில்..

- A.ARUL KINGSLY ROBERT

ஏழ்மை...!

இருட்டறையில் முடங்கி கிடந்த என்னை,

இறுதியில் ஈன்றெடுத்தாள் என் அன்னை...!

இன்பமாய் உறங்கி கழித்த அவ்வறையில்,

இனி ஒரு நாளும் ஓய்வெடுக்க முடியாதன்றோ...!

பெண் பாவையாய் பிறந்தேன் ஏனோ,

பல துயரங்கள் பார்த்திட தானோ...!

எதிர் பார்த்ததெதுவும் கிடைத்திடாது என்றும் அறிந்து ,

ஏனோ ஏக்கத்தோடு நோக்குகிறது என் மனது...!

கனவுகளை நெஞ்சிற்குள் வைத்து புதைக்க,

காண்கின்ற காட்சியெல்லாம்

கனாவிலே நான் மறைக்க, என் நிலை கண்டு

காலம் கை கொட்டிசிரித்திடுதே, சூழ்நிலை சூழ்ச்சியாய்

மாறிடுதே, சுக்கிரனும் சுட்டெரித்திடுதே ஏழ்மையாய்

பிறந்ததினாலே...!!!

-Abirami.M

திகட்டாத தினறல்கள்

துயில் நீங்கி இமை திறக்கும் நொடி தொட்டு

ஆதவன் அந்தி சாயும் நொடி வரையிலும்

பொய்யான புன்னகையால் இதழ் மறைத்து

கனவுகளுக்கும் கற்பனைகளுக்கும்

கண்களில் இடம் கொடுத்து நிகழ்கால நிலையை எண்ணி

தனிமையில் தடுமாறி காலம் கடக்கிறது

தீண்டப்படாத தேவைகளும் நாடகமான நம்பிக்கைகளும்

கலைந்திட்ட கனவுகளும் கானலான காட்சிகளும்

இரக்கப்பட்ட இதயத்திற்கு இதமாக

தந்த பரிசு வலிஅடிமையாக்கும் அன்பை விட வாழ்க்கை

வழியெங்கும் வலிமையாக்கும் வலிகளுக்கு பலம் அதிகமே.....

Amitha jeeva shiyabin

என்னவள்

அவளை முதலில் கண்டவுடன்

அவளுடன் பயணிக்க வேண்டும் என்ற

ஆசையில் தொடங்கியது எங்கள் நட்பு

செல்ல செல்ல செவிகள் மட்டுமல்ல

மனதும் அவளுக்கே அடிமையாக

ஏனோ காரணமே இல்லாமல் விலகி சென்றாள்

காதலின் வலியை விட

நட்பு பிரியும் வலி தான் அதிகம்

உயிர் இல்லாத பிணம் போல் வாழ்கிறேன்

அவள் பிரிவின் வலியை தாங்கி கொண்டு

- Aruna Thanaseharan

பெரும்வலி

கூடாரத்தின்மேல் அமர்ந்தன,

குயில்களும் மயில்களும், புறாக்களும் பருந்துகளும்,

அனைத்தும் வெவ்வேறு காரணத்திற்கு,

அவர்தம் எண்ணங்களின் ஆதிக்கம்,

அவர்களுக்கு மட்டிலுமே வெளிச்சம்,

உணர்வுகள் உந்தித்தள்ளும் வேட்கைகள்,

பற்றியெறியவைக்கும் வேட்கைகளாய்,

ஆக, ஒவ்வொருவர் அமர்விலும்,

ஆட்கொண்டிருப்பது அவரவர்க்கான பெரும்வலி...

Bharathkannan.B

இதயத்தில் தாக்கம்

அழகாய் ஆனந்தமாய் இருந்த இதயத்தில்

ஏற்பட்டது மறக்கமுடியாத வலி..

நண்பர்களின் அரவணைப்பில் அன்பான வாழ்க்கை

நகர்ந்து கொண்டு இருக்கும் வேலையில்

காதல் பூத்த தருணம்..

உறவுகள் பல இருந்தும்

உயிராய் ஓர் உறவு வந்தது..

இப்படியே நாட்கள் நகர்ந்து கொண்டு இருக்கும்

வேலையில் பிடித்த எல்லாம்

பிடிக்காமல் சென்ற தருணம் .. சண்டைகள்

உருவானது.. விட்டுகொடுக்கும் இடத்தில் விட்டு

செல்ல நினைத்தது...

அழுகை எல்லாம் நாடகம் என்றது..

என் இன்ப வாழ்வில் இனியதாய் வந்து இதயம்

உடைத்து சென்றது...

- பிரேஷ்மா முருகன்

வலியே வாழ்க்கையா?

மனமென்னும் மாயையால்

மனிதன் மேற்கொள்ளும் வலிகள் இவ்வளவா?

வெற்றி வாகை சூட எழுந்தால்

எட்டி உதைப்பார் விழுந்தால்

புதைத்திடுவர் அன்பு காட்டி அடைக்கலம் செய்வர்

அடிமையாக்கி அழித்திடுவர்

ஏழடி குழிக்குள் இரையாகும் உடலுக்கு தான்

எத்தனை வலிகள்

விழுவதும் எழுவதுமே வாழ்வு என்றால்

வாழ்வது எப்போது???

- Boomika.M

காதல் வாழ்க்கையா இல்லை வலியா

காதல் பகுதியை வெறுத்த – என் வாழ்க்கையில்

காதல் தான் வாழ்க்கை என

புரிய வைத்தது உன் காதல்உன்னோடு பேசிசிரித்த -

நாட்களை எண்ணி மகிழ்ந்ததை விட

என்னோடு நீ பேசாத நாட்களை

எண்ணி அழுததே அதிகம்

உன்னை கோபப்படுத்தி விட்டு

என்னை ஆறுதல் படுத்த

உன்னையே தேடுகிறது இதயம்

தனிமையை மட்டுமே நேசிக்கிறேன்

காரணம் நீயாக இருப்பதால் உன்னை நினைத்து -

நான் தவிக்க எதை நினைத்து

நீ என்னை வெறுத்தாய்.....

- C.Anushiya

ஓலம்

ஊரெங்கும் ஓலம் ஒலிக்கிறது

உலகம் முழுவதும் கொடிய நோய்

உருவமின்றி பயணிக்கிறது

மரண எண்ணிக்கை அதிகரித்து

சடலங்கள் குவிகின்றன மனதில் வலிமை இழந்து

மக்கள் ஓலமிட்டு குமுறுகின்றனர்

கற்பழிப்பு , உயிர் இழப்பு போன்ற

காட்சிகளைக் கண்ட கண்கள்

கண்ணீரோடு ஓலமிடுகின்றன கடவுளே

, பேராசையின் பிடியில் சிக்கி தவறு

இழைத்துவிட்டோம்... நாங்கள் இடும் ஓலத்தை

கேட்ட இயற்கையின் தாய் கூட ஓயாது ஓடும்

ஓலத்தில் கண்ணீர் வடிக்கிறாள் நீ ,

நாங்கள் இழைத்த தவறுகளை உணர்த்திவிட்டாய்

இறைவா, போதும் இந்த விளையாட்டு,

சீக்கிரம் இதற்கான முடிவை காண்பித்துவிடு !

Dhayaalini Gunasaigaran

பிரசவ வலி

அகிலத்தின் அடையாளம்,

முழுமையும் கீழே,

கண்கள் இருள, சிறிது நேரம் ,

ஜனனம் முதல் ,

மரண வாசல் , வரை...

சென்றேன் ஏன்???

எனை எத்தும்

உன் அழுகையில் தொடங்கியது பயணம்

உன்னை பெற்றபோது வலித்தது

ஆனால், உன் அவளா என்னும் ---

அலட்சியப் பார்வையில் திகழ்த்தேன்...

-E. Gayathri

இணைப்பிரியா இரங்கல்

கட்டமைப்பான வாழ்க்கையில்

கட்டணமில்லாப் பயணத்தில்

காலன் அழைக்கிறான்

காலமும் அழைக்கிறது

காளைகள் இல்லை

கன்றுகள் தவிக்கின்றன

அகழியில் அடைய முடியாத முத்துக்கள்

களிப்பின் காட்சிகளில்

நேற்று அவனை விட்டு அவள்

இன்று அவன் அவளிடம்

இணைப்பிரியா இரங்கல்

-Elakiya Elango

வெற்றி பெரு

வலிகள் நிறைந்த வாழ்க்கையை

எண்ணும் போது கண்களில் நீரும்

நெஞ்சகளில் ஏக்கமும் ..

பந்தாடி கொண்டுதான் இருக்கிறது

நம்பிக்கை கொண்ட நிமிடங்கள் கூட

வலிகளால் தான்

இதயம் அழுகிறது வலிகளே

வாழ்க்கையானால் நிமிடங்கள் கூட

யுகமாக தான் கடந்து செல்லும் ...

விலை போன வலிகள் மட்டும்

இன்னும் நம்மிடத்தில் யாரும்

எடுத்துக் கொள்ளப்படாமலேயே..

மறக்காத வலிகள் எல்லாம் நிறைகின்ற விழிகளால்

நீங்காது நீடித்து நின்று நின் தூக்கத்தை

தொலைக்கும் என்பதற்காக ...

வலிகளை மறைத்து

உன் வாழ்க்கையில் வெற்றி பெறு.

_பிர்தோஸ் பாத்திமா

வலி நமக்கு வழி

வாழ்க்கை என்ன தரும் ?

விழுந்தால் வலி தரும்

எழுந்தால் வெற்றிக் கனி தரும்

வலிகள் எல்லாம் வலிகள்

என பார்ப்பது ஏனோ ?

வலிகள் நமக்கு வழிகள்

வலித்தரும் பாடத்தில்

விழி வைத்தால்

வழிகள் பிறகும்

வாழ்க்கை சிறக்கும்

-Ganapathy Raman .G.V

வலியின் வழி

கலைந்து செல்லும் மேகங்களைப் போல

சோகங்கள் அதுவும் கூட சென்று விடுமே !

கண்களை மூடித் திறக்கும் வேளையில்

கானல் நீர் அதனைப் போல கண்ணீர்த் துளிகள் அதற்கும்

காரணம் தேடினால் காரணம் மட்டுமே இங்கு மிஞ்சும் ,

தேடல்களை தேடியே மனமும் நிதமும்

தேடல் அதனிலும் தொலைந்து போகிறதே ,

வலி அதனை போக்கும் வழி தெரிந்தால்

வலி அதுவும் கூட வந்த வழி தெரியாமல்

வழி மாறிப் போய் விடுமே! வலி அதுவும் வளி அதனில்

கலந்தும் கரைந்ததும் விடுமே !

- Geetharaj

வலிகள்

அன்பினால் அம்புவிடப்பட்ட துரோகம்...

பணத்தினால் பறிக்கப்பட்ட பதவி...

உறவுகளால் உடைக்கப்பட்ட உண்மை...

பழிகளால் இதயம் சுமந்த வலிகள்...

வலி கண்ட தருணங்கள்... ஆறாத ரணங்களாக மாற...

மொழியறியா பாலகன் போல...

விழி நிறைய சுமக்கப்பட்டது...

ஏக்கங்கள்...! ஏக்கங்கள் தூக்கங்களை விழுங்க...

துயிலாமல் நள்ளிரவு நேரம்...!

இதயத்தில் ஏதோ ஒரு பாரம்...!

அதை உணர்த்தியது, தலையணை ஈரம்...!

-ஹுஸ்னா நலீம். இலங்கை.

மனதின் வலிகள்

ஊசியென தைக்கும் உள்குத்துக்கள்

நீதானே என்றெண்ணும் ஏளன பார்வைகள்

முயலும்போதெல்லாம்

முட்டுக்கட்டை போடும் முறைகள் பாலின பாகுபாடுகள்

அன்பு நெஞ்சங்களின் இழப்புகள்

பிடித்தது கிடைக்காது கிடைத்ததை பிடித்துக் கொண்டு

இதுதான் வாழ்க்கை இதுவும் கடந்து போகும் என

இரவின் மடியில் தஞ்சமடைகையில்

இனிய பிம்பங்களாய் ஆட்கொள்கிறது

"மனதின் வலிகள்"

-jasimeera (ஜாஸிமீரா)

உளியா? கல்லா?

பாறாங்கல்லென இருப்பதை

சிலையாக்குவதும் சில்லாக்குவதும் உளியா?

உளி அடிக்கும் கைகளா?

வலி கொள்ளும் கல்லா?

வலி தாங்கும் கல்தான் சரியானதா?

உடைந்த கல் தவறா?

வலி தனை உணர்ந்ததால்?

சிலையென்பதும் பெருமையா?

சில்லென்பதும் சிறுமையா?

சிலையில்லை என்றாலும்

சிறு கல் வழியாகலாமே

சிறு மாற்றம் வாழ்வாகலாமே

வலியை கடந்தால் சிலையாகலாம்

பார்ப்போர் கண்ணுக்கு விருந்தாகலாம்

வலியை தாங்கி உடையலாம்

பலமுறை உடைந்தாலும் படியாகலாம்

பலரின் வாழ்வில் வழியாகலாம்

காணும் வலிகள் யாவும்

தென்றலோடு வரும் தூரலாய்

வந்தே மறைந்திடும்

மாயமாய் மழை வந்தால் வியந்தாடும்

மயிலாய் ரசித்திட்டால் மைல்கல் ஆகுமே

நம்வாழ்வின் வலிகள்

- Jeya Lakshmi Ragothaman

மறக்க முடியாத வலிகள்

என் கண்களில் வரும் கண்ணீருக்கு காரணமோ, நீ
என்றாலும், உன் மேல் பாசம் வைத்தது என் தவறு, என்
இதயம் நொறுங்கியது காரணமோ

நீ என்றாலும், உனக்கு பிடித்ததை செய்தது என் தவறு,

உன்னிடம் ஒளிவு மறைவில்லாமல் வாழ்ந்தேன்,

ஆனால், நீ என்னிடம் ஒளிந்துகொண்டு வாழ்ந்து
இருந்திருக்கிறாய், நான் உன் பாசத்திற்கு அடிமையானேன்,

ஆனால், நீயோ உன் உடம்புக்கு

அடிமையானேன் என்று சொன்னாயே,

இப்படிக்கு,

நொறுங்கிய நெஞ்சத்தில் வாழ்கிறேன் நானடி.

Chris-de-joe

வாழ்க்கையில் கண்ட வலிகள்

கண்ணில் காண்பதெல்லாம் கையில் வேண்டும் என .

ஆசைப்பட்ட பருவத்தில் கானல் நீராய் போனது என்

ஆசைகள் எல்லாம்...

வண்ணத்துப்பூச்சியாக வானிலே பறக்க ஆசைப்பட்டேன்

சிறகு உடைந்த பறவையாக கூண்டிலே அடைப்பட்டேன்...

கரைமீது கடல் அலை கொண்ட காதலை போல

வெறுத்தவர்கள் மீதும் அலைபோல

நானும் காதல் கொள்கிறேன்... ஆசைகளுக்கு எல்லாம்

அணைபோட்டு கனவுகளையெல்லாம் கானல் நீராக்கி

கண்ணீர் துளிகளை மட்டும் எனக்கு சொந்தமாக்கிய

இந்த வாழ்க்கையில் நான் கண்ட, இன்னும் காணப்போகிற

வலிகள் தான் எத்தனை?

- K.Yugadharshini

இழந்த என் இதயம்!..

காசு என்னும் காகித சீட்டினால்

நான் என் உறவினர்களின் மனதிலிருந்து

கசக்கி விசப்பட்டேன்! இரும்பு கரம் கொண்ட

என்னை பாதுகாக்கும் இனிய இதயத்தை கொண்ட

நண்பர்களின் மனதிலிருந்து நழுவி விழுந்தேன்!

எனக்காக வாழ்கையின் இன்பங்களை இழந்து

என் மீது என் பெற்றோர்கள் வைத்திருக்கும்

தன்னம்பிக்கையை நொறுக்கி விட்டேன்!

பணத்தின் மீது கொண்ட ஆசையால்

என் பந்தத்தை இழந்து இறந்து போனது

என் இதயம்!..

- K.SRI VISHNU

வாழ்க்கையில் நான் கண்ட வலி

வலி வேதனை என்பர் வாழ்க்கை நொடிகளே யுகமாகி

விட்டது கண்ணை கட்டி விடப்பட்டு

திக்கின்றி நற்சந்தியில் நிற்கிறேன்

நாட்களோ வேகமாக பறக்கிறது

நானோ மெதுவாக ஊறுகிறேன் உலகமே ஸ்தம்பித்து

விட்டது நானோ அஸ்தமனாமாகி விட்டேன்

மனமோ காற்றை விட பறக்குது

கால்களோ அடிஎடுத்து வைக்க மறுக்குது

கவலைகளுக்கு விடைகொடுத்தால்

கஷ்டங்கள் பனி போல் விலகும்

கா.ச.இராமகிருஷ்ணன்

மூத்த பிள்ளை

பள்ளி பருவத்தில் பகுதி நேர பணிக்குச் சென்றேன்!

குடும்ப சுமையை குறைக்கும் பணத்திற்காக!

அம்மா உடல்நிலை சரியில்லா போது என் குடும்பத்தை

சாமாளித்தேன்! உடையா மனிதன் உடைந்து போய் நின்றார்

அவருக்கு உறுதுணையாக நின்றேன்!

இரும்பு மனிதன் இரண்டு மாதம்

படுக்கையில் இருந்தார் இருண்டு போன

என் வீட்டிற்கு நான் மட்டுமே விடையாக இருந்தேன்!

பெண்ணாக பிறந்ததலே! பலரின் வாயில் வீழ்ந்த நான்

வாழ்க்கையில் வீழக்கூடாது கர்வம் கொண்டேன்!

என் ஆசைகளை மாயமாக்கி

குடும்ப சுமைகளை சுகமாகினேன்! மூத்தபிள்ளையாய்!....

- PKS

வழியை தேடி

புத்தகங்கள் வாங்க முடியாமல்,

வாங்கிய புத்தகங்கள் ,

என்னோடு குடை இல்லாமல்

மழையில் நனைந்த தருணங்களில்

நெஞ்சோடு நான் கண்ட முதல் வலி,

மேற்படிப்புக்கு உதவி தேடி அலைகையில்

உதறி தள்ளிய உறவுகள் கொடுத்தது

உண்மை வலி,

கானல் காதல் தந்த உயிர் வலி,

தீர்ந்து போகாத தேவைகளால்

வாழ்க்கை முழுவதும் வலி,

வலியோடு என் கால்கள் நடைபோடுகிறது

எனக்கான வழியை தேடி

- லெட்சுமி ஆறுமுகம்

இழப்பின் வலி

வைகாசி திங்களில் வானோர் ஆசிதூவ

விண்ணுலகில் உதித்தாள்

மழலைச் சிரிப்பில் பார்ப்போர்

மனதை மயங்கச் செய்தாள்

ராஜாவின் மகளாய் தந்தை தோளில்

தரணியை வலம் வந்தாள்

தந்தை தவறியதால்

தன் விழ்வை வெறுத்து விட்டாள்

தந்தையின்றி தடம் தெரியாமல்

தனிமையில் தவித்தாள்

தந்தை இழப்பை ஏற்க முடியாமல்

ஏங்கித் துடித்தாள் தனிமையின் இருள்

அவளைச் சுற்றி படர்ந்து கொண்டது

தாயின் அழுகை

அவள் மனதை நெரிஞ்சி முட்களால்

நெருடியது தமையன்

தந்தையாக மாற தாங்கவும் முடியாமல்

தவிர்க்கவும் முடியாமல்

பல வருடங்கள் கடந்தோடியது

இழப்புகளை கடந்து இதயம்

இலகுவாகி கண்ணீரும் களிப்பாக மாறியது

சுகமான தென்றல் சூறாவளியானதுபோல்

தந்தையாக மாறிய தமையன்

தவறிய செய்தி விரும்பிய இதயம்

விட்டுச்செல்ல விடைதெரியாமல் தவிப்பது

அவள் விதி அகத்தில்

பலஆயிரம் சில்லுகளாய் சிதறிய கண்ணாடி

உள்ளம் முகத்தில் முழுமதியாய்

பூவிதழ்கள் பூரிப்பை சிந்தும்

-M.POORNIMA MAHARAJAN

கடற்கரை சுவடுகள்

அலை அடிக்கும் கடற்கரை.

நனைத்திடும் நம் பாதங்களை.

தன்னை கழுவிய கரை

நமக்கு கீழன்றோ என்ற எண்ணம்.

எண்ணத்தின் எடை கூட கரை மேல் பதிந்தன தழும்புகள்.

தடம் பதித்த மிதப்பில் பாதம்.

தழும்புகள் வலியோடு கரை பாவம்.

ஆரவாரமாய் வந்த அலை ஒன்று,

சத்தமின்றி சுவடுகள் அழித்து சென்றது.

வலி தரும் தழும்புகள் பதிக்க

நம் வாழ்விலும் பலர். வலிகள் அழித்திடும் அலை யாரோ?

- மோகன்

ஊமையான உணர்வுகள்

ஒவ்வொரு நிமிடமும்

உறவுகளிடம் உண்மையை தேடி தேடி

உண்மையான உள்ளமென்று எண்ணி எண்ணி

என்னிதயம் ஏமாற்றம் கண்டு கண்டு

அனைத்தும் பொய் பொய்

என்றே எண்ணுகிறது ....

வலிகள் மறைத்து கோபம் கொண்டு

என்னை கொள்கிறேன்

இந்த மானுடர் மனநிலை

எண்ணி எண்ணி பித்தன்நானேன்...

நிறைவேறாத ஆசைகளை சுமந்து கொண்டு

வாழும் என் உயிர்

இன்ப துன்பங்களை மறந்து

ஏதோ சூழ்நிலையை புரிந்து கொள்ள

தடுமாறுகிறது என் மனம்......

சரியோ தவறோ பிணமாகும் பிண்டத்திற்கு

உண்மை என்ன..?

பொய்மை என்ன..?

எனக்கான உறவுகளிடம்

உண்மையுடன் பழகுகிறேன்......

அத்தைகைய உறவுகளிடமும்

ஏமாற்றம் காண்கிறேன்

இந்த ஏழையின் உள்ளத்திற்கு

ஏமாற்ற தெரியவில்லை .....

விலகிவிடுகிறேன் வெறுத்து விடுகிறேன்

இறுதி வரை உறவுகள்

நிலைத்து நிற்பதில்லை என்று.......

நேசித்த உறவுகளை.....

-MURUGAN S

வலி

வலி வாழ்வின் வழிகாட்டிகள் வாழ்வின் திசைமானிகள் சரியான பாதைக்கான வரைபடங்கள் நீங்கள் வலிகளை அனுபவித்தவரா?, அப்படி என்றால் நீங்கள் ஏதேனும் சாதித்திருக்க வேண்டும், இல்லையேல் கற்றுக் கொண்டிருக்க வேண்டும் நீங்கள் வலிகளை அனுபவிப்பவரா?, நீங்கள் சாதனைக்கான பயிற்சிக் கூடத்தில் பண்பாட்டுக் கொண்டிருக்கிறீர்கள் வலிகள் மீது வஞ்சம் சுமத்தாதீர்கள், வலிகள் எப்போதுமே உங்கள் வாழ்வின் உளிகள் வலியை அனுபவிக்காதவன், வாழ்வை அனுபவிக்காதவன் வலி போற்றுதலுக்குரியது... உங்களை போற்றச் செய்யக்கூடியது இப்படிக்கு வலியின் பிடியில் சாதிக்க துடிப்பவன்...

-முத்து குமரன் .ஜெ

கண்ணிமைக்கும் நொடி

சில்லென்று காற்று வீச, சிவப்பு நிற தாவணியில்

கனவில்கண்ட தேவதை, கண்முன்னே

நடந்துவந்தால் மையிட்டு கண்களிலே,

மங்கையவள் பார்க்கும்போது

மனமும்தான் பறந்து போகிறது.

கருங்கொண்டால் கொண்டவளின்,

குழல்போன்ற கழுதினிலே மாங்கல்யம் கட்டிவிட

பலவருடங்களாக காத்திருந்தேன்

ஒருதலைக் காதலோடு ... மெல்லிடை மேனியவள்

மெல்ல வந்தாள் என்னை நோக்கி கட்டழகி

அவளை கண்ணிமைக்காமால் பார்த்த நான்

ஏனோ பாரா வண்டியை பார்க்ககவில்லை

என்னையேற்ற வந்த எமனை என்னவள்

தடுத்துநிறுத்தி கண்ணிமைக்கும்

நொடியில்காதலை சொல்லாமல் சொல்லி

உயிர்நீத்தாள் . பாரெங்கும் தேடி பிடித்த ஊர்த்தியில்

விரையில் உன்னை காண வருகிறேன் காதலியே..

-Malaiyarasi M

நான் கண்ட வலிகள்

தீராத இன்பம்... கிடைக்கக் கூடாத இன்பம்

ஓடு தன்னந்தனியாக...

தொட்டால் சுருங்கும்

தொட்டாற் சிணுங்கியைப் போல

அந்நாட்கள் இவளைத் தழுவும் போதெல்லாம்

தொட்டாற் சிணுங்கியாய்...

நேரத்தைக் கடத்த முடியாமல்

வீட்டின் ஓர் மூலையில்... இவள்!!! ஆசை வைத்துக்

கனவினிலே அவனோடு வாழ்ந்து...

மஞ்சள் கயிறுக்காக ...காலம் முழுவதும்

அவன் சுமை தாங்க காத்திருந்த நேரத்தில்...

களவாடிய பொழுதுகளை மறந்து...

என் மனதை விற்றுவிட்டு...

விலகிச் சென்றான்!!!

உள்ளத்தைப் பறிகொடுத்து மீளாமல் தவிக்கிறேன்...

அப்பெரும் வலியிலிருந்து!!!

- கிருத்திகா முத்துசாமி

வாழ்க்கை வலி

கேட்பதெல்லாம் கிடைத்ததாலோ

என்னவோ தெரியவில்லை

கிடைக்காததின் வலி!!

எப்போழுதும் இணைந்தே இருந்ததாலோ

என்னவோ தெரியவில்லை பிரிவென்பதின் வலி!

எண்ணியதெல்லாம் நிகழ்ந்ததாலோ

என்னவோ உணரவில்லை

நிகழாததின் வலி!!

இவை யாவையும்

அரங்கேற்றம் செய்கிறதே அனுபவம்

எனும் நியதியில் வாழ்க்கையின்வலி......

- Sowndharya M

வசந்தத்தின் வழிகள்

வானமாய் விரிந்திருக்கும் வாழ்க்கையில்..

மேகமாய் நகர்ந்து செல்லும் வலிகள்...

உண்மைகள் ஊமையாகும் போதும்...

உறவுகள் பிரியும் போதும்... கனவுகள் கலையும் போதும்...

ஏமாற்றங்களையே எதிர்கொள்ளும் எதிர்காலத்தின் ..

ஏக்கத்தை காணும் போதும்....

தோள் கொடுக்க துணையிருந்தும்....

தனியாக தவிக்கும் போதும்... விழியில் உதிரம் கொட்டும்

போதும்... வாழ்க்கையில் வந்தவை வலிகள் அல்ல....

நம்மை செதுக்க வந்த உளிகள்...

வசந்தத்தின் வழிகள்!....

- Nandhini Anguraj

காயப்படுத்தும் உறவுகள்

உணர்வுகள் காயப்படுத்தும் உறவுகள்

நம்மை விட்டு விலகுவது எப்போது??

திறமை இருந்தும் நாம் தலை குனிந்து செல்வது எதற்காக???

நாம் அன்பை எவ்வளவு தந்தாலும்

அதை குப்பை தொட்டியில் போடுவது ஏன்??

நம்மை சுற்றி எல்லோரும் இருந்தும்

தனிமை சிறையில் தள்ளப்படுவது ஏன்?

இதயம் எனும் சிறு கூட்டுக்குள் இத்தனை குழப்பங்கள்
நிறைந்த வலிகள் நம் வாழ்வில் பயணிக்கும் பொழுது

கண்ணீர் என்ற துளிகள் நமக்கு பரிசாக கிடைக்கிறது...

- Nandhini Saminathan

வாழ்வில் சந்தித்த துயரங்கள்

விழி திறந்து வலி உணர்வதற்குள்,

விழி மூடி வலி மறக்க துணிந்தேனே! என் பிறப்பினில்

கிட்டியது பாசம், என் வாழ்வினில் அதை தட்டிச் சென்றது
பணம்! எனக்கான கல்வியை தேடி அலைந்தேனே,

நான் கேட்டதை கடவுள் கொடுக்க மறுத்ததால்

என் வாழ்வினில் தவழ்ந்தேனே! பாசத்தில் துரோகத்தை
கண்டேன்! எதிர்பார்ப்பினால் கண்டேன் ஏமாற்றத்தை!

மறுக்கப்படும் செயல்களில், மறைக்கப்படும் உண்மைகள்!

மறைக்கப்பட்ட செயல்களில், ஏற்க முடியாத வேதனைகள்!

ஏற்க முடியாத செயல்களில், ஒப்புக் கொள்ள முடியாத
காயங்கள்!

- போதிலகவதி ., இராமநாதபுரம் மாவட்டம்.

வழியில் வந்த வலிகள்

புதியதாய் ஓர் முயற்சி புத்துணர்ச்சியுடன் ஓர் துவக்கம்

நம்மால் முடியுமோ என்னும் குழப்பம்

முதல் தோல்வியில் உள்ள கலக்கம்

சுற்றாரின் ஏளனச் சிரிப்பு !

முன்னேறத் துடிக்கும் மூச்சு

போராடி வென்ற அந்த நொடியில்

கலங்கிய கண்கள் மலரும் !புன்னகை!

இப்போராட்ட பயணத்தின் முட்பாதைகள்

கடந்து வந்த வழி வலிதான் !

வலியின்றி வழியில்லை!

வலியில்லாமல் வெற்றியும் இல்லை ! இப்புவியில் -

- Priyadharshini T

என் அன்புள்ள அப்பா!!..

வெளியுலகம் அறியாது, இருட்டறையில் இருவரின் அம்மா),
அப்பா(பாதுகாப்பில் பத்திரமாய் இருந்தபோது
தெரியவில்லை!.....

அவர்களின் அருமை!!.. இன்னாரென்று அறியும் வயதில் -
என் அப்பா இல்லாமல் போன வலி,

இதயத்தை கசக்கி பிழியும் கொடுமை!!..

கறை படிந்த நினைவுகளுடன் தனிமையில் நகரும்

கொடுமையான நாட்கள் அத்தனையும் - !!....

சொல்லித் தெளிய வார்த்தைகள் இல்லை!!!!!.....

"அப்பா!!....." பலரின் வாழ்வில் கடைசிவரை

புரிந்துகொள்ள முடியாத அளப்பரிய புத்தகம் !!...

அதில் புரிந்து கொண்டவருக்கு முழுமையாக

படிக்க கொடுத்து வைப்பதில்லை என்பது மிகப்பெரிய

கொடுமை!!... நிஜத்தில் இல்லையென்றாலும்

என் நினைவுகளோடு - இறுதிவரை பயணிப்பார்,

என் அன்பு அப்பா...

என்பதில் எனக்கு கடுகளவும் ஐயமில்லை!!!!....

பலத்த கனவுகளை கண்களில் சுமந்த வண்ணம்,

அப்பாவின் நினைவுகளை நெஞ்சில் நிறுத்தி கொண்டு,

நானும் வாழ்வில் நாளும் பயணிக்கிறேன்,

துணிச்சலோடு!!!!!!..... எதிர்வரும் சவால்களை சந்திக்க!!!!....

வலிகள் இல்லாத மனிதர்கள் எவரும் இல்லை
இவ்வையத்தில்!!....

வலிகளை தாங்கும் கல், வணங்கும் சிலையாவது போல்...,

வலிகளைக் கடந்து நடைபோடும் மனிதர்களே!

இங்கு சரித்திரம் படைக்கும் மாமனிதர்கள்!!!!.....

ஆக வாழ்ந்துதான் பார்ப்போமே நாமும்!!...

துணிச்சலோடு!!!....

- P. DEVI

வலிகளை ருசியுங்கள்.

வாழ்க்கையை ரசிக்க வேண்டுமானால்

வலிகளை ருசிக்கப் பழகிக் கொள்ளுங்கள் உறவுகளே,

உலகத்திலேயே சேற்றிலே கிடப்பதால்

ஊறும் வியர்வையால்

தான் வாழ்க்கை மாறும் என்று வறட்டுத்தனமாய்

நம்புகிற விவசாயிக்கு மட்டுமே தெரியும்

எப்படி வாழ்வின் வலிகளை ருசிப்பதென்பது.

நான், வாழ்வின் வலிகளை ருசித்து

வாழ்க்கையைப் பிறர் ரசிப்பதற்காகவே

அடி மாடோடு மாடாய்,

உழைப்பைச் செலுத்தி வருகிற விவசாயிகளின்

வேர்வையைப் போற்றித் தொழுகிறேன்.

சேருங்கள் உறவுகளே!

சோறு தருவதற்காய்

சேற்றில் உழல்கிற உழவனின்

பாதங்களைத் தொழுவதற்காக,

ஒன்று சேருங்கள் உறவுகளே!

சவால்களும் நெருக்கடிகளும் இறுக்க

இறுக்கத்தான் வலி தாங்குகிற வாழ்வில்

வாகை சூட முடியும்.

உறவுகளே!.. ஆழப் புதைகிற விதை மட்டுமே

ஆற்றலோடு முளைக்கும். நீங்கள் ஒவ்வொருவரும்

வலிகள் மிகுந்த வாழ்க்கையை

எதிர் கொள்ள இப்போதே விதையாகுங்கள்!...

- POST DR M.IYYAPPAN

வலி நிறை வழி

இனம்புரியா - உள்ளுணர்வு இதயத்தில்

புகுந்தது அவளருகே

அமர்ந்திருந்தால் அண்டமெல்லாம் நான் மறந்தேன்

அணு அணுவாய் அகம் புகுந்து

ஆட்டிப்படைக்கும் இன்பமவள்

ஆயிரம் பரிதிகள் அவள் முகத்தில்

ஆழமாக வேர்விட்டால் என் இதயத்தில்....

ஈரமுள்ள இதயத்தில் எல்லாம் விளையும்

ஆனால் என்றோ விதைத்த

இலட்சிய விதைகள் முளைத்திருந்தன.

இதயத்தில் இடம் கேட்கும் இவள்

காதலா? காமமா? கனிவா? கற்பனையா?

வழியில் வந்த இவ்வலியை புரிந்தால் துயரில்லை....

-Ram Prakash D

வாழ்நாள் பரிசாக..

பெண்மையென்பதும் யான் பெற்ற சாபமோ?

மகாத்தவறிழைத்தேனோ மங்கையாய் உதித்துவிட்டேனே!!

தோள் சாய்த்து தாலாட்டும் தகப்பனும்

தேளாய் சந்தேக சாயம் கொண்ட

வார்த்தைகளால் வதைப்பதேனோ!!

சந்தேக ஜீவன்களை சாகும்வரை

காணா வரம்பெற்றே வாழ எம் மணவலைகள் கட்டப்பட்ட

இறக்கைகளுடனே பறக்கின்றதே!!

பிறப்பின் ஆதியே வலிகள் மட்டுமே அளித்தானோ -?

வாழ்நாளின் பரிசாக!

- Saransri

நினைவினிலே ஓர் படையெடுப்பு

வேகம் கொண்ட வேடன் செயல் ,

தனலானதிரு கண்கள் !..

தாகம் தீர்க்க துணிந்த இவன் ,

பாலை தேடி ஓடிய பயன் !!..

மனதை வெட்டும் மின்னல்

கண்ட நொடி ,, கண்ணீர்க் காவியம் இவனின் அகம் !!!..

ஒரு கவிதை கோர்க்க மறு கவிதை மறுக்க ,

போரொன்று துவங்க

களம் சேர்ந்த இளம் கவிதை

; கரைகிறதே காற்றோடு !!!!...

கரைந்தேனும் துளியாகி தீர்ப்பேன்

அந்த தாகத்தை !!!!!.....

எனக்கு நானே துடுப்பாவேன் !........

- Sivasakthi

விழுகையில் எழுந்தவள்

அவள் ஆயிரம் பறைவாள்

இவள் ஆயிரம் குறைவாள்

எவள் ஆயிரம் கடந்தாள் ,

காகிதத்தின் வலி அறியார்

கண்களின் வலி தெரியார் ,

பட்ட அடியேதோ

பட்டவள் எழதானோ....

விழுவதும் எழுவதும் தவறாமல் போக

கடந்த பாதை காணாமல் போக

பட்ட காயங்கள் பெற்ற வலிகள்

மெல்லமாய் சிரித்தது ,

மெல்ல மெல்ல எழுகையிலே.....

-SHAMINI K

வலிகள் மாறிய விழிகள்

பாரபட்சம் ஏதும் இல்லை படைத்த கண்களில்

பார்க்கும் பார்வைகளுக்கு மட்டும்

ஏனோ ஆயிரம் அர்த்தங்கள்

கருப்பு வெள்ளை நிறைந்து

நின்ற தன்மையில் புரியும் அர்த்தங்களுக்கு மட்டும்

ஏனோ ஆயிரம் நிறங்கள்

பார்வைகளும் அர்த்தங்களும் கைக்கோர்த்து

புரிதல்களும் நிறங்களும் உணர

வலிகள் மட்டுமே கண்ட விழிகளில்

புத்துணர்வு கருவும் உயிர்பெற்றது

வழிகள் யாவும் வலிகளாக இருந்துமே

அதன் சுவை அறிந்த விழிகள்

பாதைகளை மாற்றுமே பூவனங்களாக

- S.PAVITHRA

வாழ்வின் நியதி

நம் பிறப்பில் பெற்றதாய்க்கு பிரசவ வலியை கொடுத்து;

நம் வளர்ப்பில் தந்தைக்கு தலை வலியை கொடுத்து;

நமது கேள்விகளால் ஆசானுக்கு புரியாத வலியை கொடுத்து;

நமது வாலிபத்தில் சுற்றத்தாருக்கு மன வலியை கொடுத்து;

நம் வாழ்வில் இணையருக்கு காதல் வலியை கொடுத்து;

நம் மரணத்தால் சந்ததியருக்கு பிரிவின் வலியை கொடுத்து;

அதன் பின்னும் பூமாதேவிக்கு சுமை வலியை கொடுத்து;

எந்தவொரு வலியும் பெறமறுப்பவர் எப்பிறவியிலும்

வாழ்வின் நியதி அறியாதோரே......

- Sathish Pandi S

வலிகளோடு ஒரு வெற்றிப்பயணம்!!

சிறுபிள்ளை கனவுகள் துளைத்து

உணவைத் தேடினேன் பசியை துளைக்க!

உடலும் ஒத்துழைக்க ,உறவுகளும் உத்தரவிட

ஆடையும் அரைகுறையாக, ஆசைகள் அடுக்கடுக்காக

கேலித்தனங்கள் மட்டுமே ஆறுதலாய்

மக்களை கடந்தேன்,உழைப்பை நம்பினேன்

பெற்றவளும் பெருமைப்பட !

மற்றவர்களோ பொறாமைப்பட !

வெற்றிப்பாதையைத் திரும்பிப் பார்த்தேன்...

பிறர் பழிச்சொற்களுக்கு ஆளான நான்

இன்று ஒரு ஆளாய் என் வெற்றிப் பயணத்தில்....

- S.f.azza fameedha

வாழ்க்கைப் பாடம்!

வலியை விட வலிபற்றிய பயமே,

வாழ்க்கையின் பெரும் வலி

நாளை என்ன நடக்கும் எதிர்காலம் நம்கையில் இல்லை

பயமின்றி எதிர் கொண்டால்!

வாழ்க்கையில் வலி இல்லை...

நம்பிக்கை துரோகம் வலிதான்

யாரை நம்புவது என்ற பாடம்

தந்து செல்வதால் அதுவே வலியாயிற்று,

வலிகளில் பாடம் கற்போம் !

வழிகள் பல திறக்கும்.

-சுகவிக்குட்டி .ரே.

வலியில்லா வாழ்க்கை உளியில்லா சிற்பி

வலியில்லா வாழ்க்கை உளியில்லா சிற்பி போன்றது,

தொடக்கம் எங்கு என்று அறியும் முன்னே ? தொடர்கின்ற

வாழ்க்கையின் பயணங்கள், மாறிக்கொண்டே இருக்கின்றது

நம் பருவத்திற்கு ஏற்ப, பல நூறு பயணங்கள்

தொடர்கின்றன, பயத்தில், பதட்டத்தில், பரிதாபத்தில்,

பாசத்தில், அனைத்திலும் வழி என்ற ஒன்றே

அனைத்துக்கும்! வலு சேர்க்கின்றது அடிகள் அடுக்கிக்

கொண்டே இருந்த போதும் அவை அனைத்தையும்,

வெற்றிக்கான படிகளாய் நொடிப்பொழுதில் மாற்றிவிடலாம்,

மௌனமான அமைதியில் தெளிவான மனதினால்

வாழ்க்கையின் வலி கூட வரமாகும் நீ வாகை சூடவே....

- Thamarai Selvan

தொலைந்த நான்

பையில் பணமேதும் இல்லாத போது பாவி என் கைகோர்த்து
நின்றவள் ! பெயர்பின் பட்டம் இல்லாத போதும்

தீராத காதலால் திட்டமிட்டு காத்தவள் !

மகிழுந்தில் உன்னை ஏற்றி மகிழ்ந்திடாத போதும்

மங்காமல் மனம் மட்டும் கண்டவள் !

ஏக்கர் கணக்கில் இடம் இல்லாத போதும் எஜமான் ஆக்கி
அழகு பார்த்தவள் !

ஊதிய மின்றி உழன்ற போதும் பாதியாய் நெஞ்சில்
நின்றவள் ! இன்றோ.... வினாடிகளொன்றும்
விழாக்கோலமாய் கழிந்திடினும்

விண்மீன் உன்னை விட்டுவிட்டு நிதம் - கண்ணீரதிலே
இராக்காலம் கழிக்கிறேன் !

- தமிழ்ச் சேவகி த .சிந்துகவி